Tulika

முதலைக் கண்ணீர்

சந்தியா ராவ் • ஜொனதன் லிண்ட்ஸ்ட்ரொம் • தௌஃபிக் ரியாஸ்

தமிழாக்கம் ஜீவா ரகுநாத்

“எங்கே அவன்?” என்று கேட்டது காண்டாமிருகம் கெட்டிலில் தண்ணீரைக் கொதிக்க வைக்க நிரப்பிக்கொண்டே.

“எங்கதான் அவன் இருக்கானோ” என்று சொல்லி நெருப்புக்கோழி நடந்து கொண்டே போனது, வந்தது புழுக்களுடன்.

“அய்யோ, அவன் எங்கே போனான்?” என்றது பாம்பு சூரிய ஒளியை உள்ளே விட இலைகளை ஒதுக்கியவாறு.

மீன் தன் மேல் தண்ணீரைத் தெளித்துக் கொண்டது.

புலி நாளிதழை எடுத்தது. "எங்கதான் போய் தொலைஞ்சானோ?" என்று எண்ணி பிடித்த மூலையில் முடங்கியது.

எல்க் தயக்கத்தோடும் பதட்டத்தோடும் மேஜையை அடுக்கியது.

பனிக்கரடி குப்பத்தொட்டியை பீதியோடு சுத்தம் செய்தது. "எங்க அவன்?" என்றது நடுங்கியவாறு.

விலங்கு நண்பர்கள் எப்போதும் ஒன்றாக வாழ்ந்தார்கள். பொதுவாக சந்தோஷமாகத்தான் இருப்பார்கள், அப்பப்போ தனியாகவோ, கூட்டமாகவோ தங்களுக்கே உரிய விஷமங்களைச் செய்வார்கள்.

இன்று தண்ணீரைக் கொதிக்க வைத்து, புழுக்களைச் சேகரித்து, இலைகளை ஒதுக்கி, நாளிதழை கொண்டுவந்து, மேஜையை அடுக்கி, குப்பத்தொட்டியை சுத்தம் செய்ய வேண்டியது முதலையின் முறை. இன்று முதலையின் காலை டியூட்டி.

ஆனால் அவன் எங்கே?

"மேடம் முதலைவிழி மறைந்தாள்!" புலி நாளிதழிலிருந்து உறக்கப் படித்தான்.

"அய்யோ!" என்றது பனிக்கரடி.

"என்ன ஆச்சு?" கேட்டது காண்டாமிருகம்.

"ரொம்ப வருத்தமா இருக்கு!" என்றது பாம்பு.

"அவள் படம்னா எனக்கு ரொம்பப் பிடிக்கும்!" என்றது நெருப்புக்கோழி. "அவளுக்கு சாகர வயசேயில்லை."

“என்ன வயசாச்சு?” கேட்டது மீன்.

“முதலைக்குத்தான் தெரியும், ஏன்னா அவன் அவளோட தீவர விசிரி” என்றது புலி.

“அது சரி, ஆனா அவன் எங்க?” காண்டாமிருகம் கேட்டது.

“அய்யோ, எனக்கு எதும் சரியா படல, வயத்தைப் பெசயுது” என்று பனிக்கரடி சொல்ல.

எல்க் “எனக்குக் கூட” என்று ஒத்தூதியது.

“ஔறாதீங்க” என்றது காண்டாமிருகம். “அவன் எப்போதும் போற இடங்களுக்குப் போய் தேடலாம்.”

“நான் ஏற்கனவே பாத்துட்டேன்” என்றது பாம்பு. “அவனோட பொந்துலப் பாத்தேன், அங்க இல்லை” என்றது பாம்பு.

“அவனுக்குப் பிடிச்ச பாறைக்கு பின்னாடி கூட இல்லையே” இது மீன்.

“அவன் பூக்களைக்கூட முகரலாயா?” என்றது புலி கழுத்தைத் திருப்பியவாறு.

"ஒருவேளை தொலஞ்சுப் போயிட்டானோ?" கொஞ்சம் கலக்கத்தோடு எல்க்.

"கண்டிப்பா இல்லை!" என்றது நெருப்புக்கோழி. ஆனா கொஞ்சம் தயக்கத்தோடு.

"ஒரு வேளை அப்படி இருந்தா?" கேட்டது எல்க்.

"அவன் இறந்துவிட்டான்!" பனிக்கரடி அறிவித்தது, ஓவென்று அழுதவாறு. அவன் எப்போதும் இப்படித்தான், கெட்டதையே நினைப்பான். சமயத்தில் அது பலித்தும் இருக்கு.

முதலை கடமை வீரன்.

விடியற்காலையில் எழுந்துடுவான்.
நேரம் கழித்து வரமாட்டான்.

கொடுத்த வாக்கைக் காப்பாற்றுவான்.
எப்போதும் பசியோடு இருப்பான்.

அவன் டியூட்டி போது, சிரித்துக்கொண்டும்,
பாடிக்கொண்டும் எப்போதும் அங்கே இருப்பான்.

ஆனா இப்போது அவன் போயிட்டானே!

காணாமப் போயிட்டானே! சொல்லாமக் கொள்ளாமப் போயிட்டானே! இப்படி நடந்ததேயில்லை.

“ஒரு வேளை பனிக்கரடி சொன்னது சரியா இருக்குமோ, நிச்சயமா தெரியலையே” என்றது காண்டாமிருகம்.

ஆனா மற்றவர்களுக்கு சந்தேகமே இல்லை. முதலை மறைந்துவிட்டது. அவன் இறந்துவிட்டான்.

“என் உடம்பே சில்லுனு ஆயிடிச்சு” என்றது பாம்பு.

“என் வயிறு ஓட்டையான மாதிரி இருக்கு” என்றது புலி.

எல்க் மேஜைமீது தலை வைத்தது. “எங்கப் பாத்தாலும் அவன் வாடையா இருக்கே” மூக்கைச் சிந்திக்கிட்டே சொன்னான்.

மீன் ஆத்திரத்தோடு அடித்துக்கொண்டது, தண்ணீரை நாலா பக்கமும் தெளித்தவாறு. “அய்யோ, எனக்கு ஒரே குழப்பமா இருக்கே, என்ன செய்யறதுன்னு தெரியல.”

பனிக்கரடி அழுதான் கதியாக இருந்தது.

“ஞாபகம் இருக்கா, அவன் நமக்குச் சொன்ன கதையை?” என்றது நெருப்புக்கோழி.

“அந்த வாலைப் பத்திய கதையா?” கேட்டது மீன்.

“இது ஞாபகம் இருக்கா? ஒரு ஊருல ஒரு முதலை இருந்துச்சான், அது இறையைப் பிடிக்க வெயில்ல ஆடாம அசையாம செத்தது போலப் படுத்துக் கிடந்ததாம்” தொடங்கியது நெருப்புக்கோழி.

“அந்த வழியா ஒரு நரி வந்ததாம்,” என்று முதலையின் கதையை மீன் சொன்னது.” அது வெயில்ல ஆடாம அசையாம செத்தது போலப் படுத்துக் கிடந்த முதலையைப் பாத்தபோது நின்னு, நிதானமா யோசிச்சு தெளிவான குரல்ல கத்துச்சான்.”

இந்த இடத்துல நெருப்புக்கோழியும் பாம்பும் சேர்ந்து சொன்னாங்க: “முதலை வாலை ஆட்டுனா, அது செத்ததுன்னு அர்த்தமாம்.”

எல்லோரும் சிரித்துக் கொண்டு ஒன்றாய் சொன்னார்கள்: “முதலை வாலை ஆட்டுச்சு, நரி ஓடிப் போயிடுச்சு.”

“அவன் எவ்வளவு வேடிக்கையானவன்” என்று பனிக்கரடி கூறி எல்கோடு சேர்ந்து ஓவென்று அழுதது.

புலி கண்ணைத் துடைத்துக் கொண்டான். "நான் ஒரு கதை படிச்சேன், அதுல ஷாஜஹான் ஒரு ராஜா தன் மனைவி இறந்த துக்கம் தாங்காம அழகா பளிங்குல ஒரு கல்லறை கட்டினாராம்."

"எனக்குத் தெரியும்" என்றது காண்டாமிருகம், அது தாஜ்மஹால்தானே!"

"அவரு அவுங்க மேல கொள்ளப் பிரியம் வெச்சிருப்பார் போல!" என்றது பாம்பு.

“நாம முதலை மேல வெச்சிருக்க ஆசை போல” என்றது தரையில் படுத்துக் கிடந்த எல்க்.

“நான் முதலைக்கு ஒரு தாஜ்மஹால் கட்டணும்” என்றது பனிக்கரடி.

“சரி, அப்படியே செய்யலாம்” என்றது ஆர்வத்துடன் மீன்.

“வேண்டாம்” என்றது எல்க். “நான் ஒண்ணும் செய்ய விரும்பல. நான் சும்மா படுத்துக் கிடக்க விரும்பறேன். எனக்கு ரொம்ப துக்கமா இருக்கு.”

“நான் கூட” என்று கூறி சுருண்டது பாம்பு.

காண்டாமிருகத்துக்கு இதெல்லாம் சுத்தமாப் பிடிக்கல. “கிடையாது, சும்மா வெட்டியா உக்காந்து வருத்தப்படக்கூடாது” என்று கூறி “எழுந்துறுங்க, எழுந்துறுங்க” என்றது எல்கிடமும் பாம்பிடமும்.

உடனே விலங்கு நண்பர்கள் சுறுசுறுப்பாக கல், மண், பூ, குச்சி முதலியவற்றைச் சேகரித்து, எடுத்து, கரைத்து, கட்டி முடித்தார்கள் தாஜ்மஹாலை முதலைக்கு.

பிறகு, தங்களது நண்பன் தனியாக இருக்கக் கூடாது என்று
அந்தக் கல்லறையை அவர்களது புகைப்படங்களால்
அலங்கரித்தார்கள்.

“நாம பிரம்மாண்டமா கட்டிட்டோம்!” என்றது காண்டாமிருகம். “இப்போ அவன் ஆத்மா சாந்தி அடையும்.”

“அப்போ அவனோட உடல்?” கேட்டது பாம்பு.

“புதைக்கத்தான் வேணும்” என்றது மீன்.

“இல்லை தகனம் செய்யலாம்” என்றது நெருப்புக்கோழி.

“ஆனா, நம்மகிட்டே அதுவும் இல்லை” என்றது காண்டாமிருகம்.

“அய்யோ!” என்று பனிக்கரடி சத்தமாக அழத்தொடங்கியது. இந்த முறை நிறுத்தவே இல்லை.

மீன் தன் குரலைச் செறுமிக் கொண்டு “நாமெல்லாம் மிகவும் துக்கமா இருக்கோம், ஆனா…”

“என்னால் தாங்க முடியல!” என்றது பாம்பு அழுது கொண்டே.

“…முதல்ல நாம அவனைத் தேடிப் பாப்போம்” தொடர்ந்தது மீன்.

“ஆமாம்” என்றது நெருப்புக்கோழி.

“அதத்தான் நாம செஞ்சிட்டோமே!” என்றது எல்க்.

“வேற இடத்துல, எல்லா இடத்துல” என்றது நெருப்புக்கோழி.

“இத ஏன் அப்பவே சொல்லல?” என்றது எல்க்.

“எனக்குத் தெரியல” என்றது நெருப்புக்கோழி.

“நாம எப்பவோ வேறு எங்கேயாவது தேடி இருக்கலாம்” அலறியது பனிக்கரடி.

“சரி, சரி, சண்டை போட வேண்டாம்” என்றது மீன் பல முறை தும்மியவாறு. “வாங்க போலாம்.”

விலங்கு நண்பர்கள் முதலையைத் தேடக் கிளம்பினார்கள்.

வீட்டைவிட்டு வெளியேறினார்கள், தோட்டத்திற்கு வந்தார்கள்.

காட்டைத் தாண்டி நதிப் பக்கம் நடந்தார்கள்.

சரிதான், அங்கே அவனைக் கண்டார்கள். நதிக்கரையோரம், ஆடாமல் அசையாமல் பிணத்தைப் போல.

நண்பர்கள் அடி எடுக்காமல் அப்படியே நின்றார்கள்.

“அது அவனா?” கேட்டது எல்க்.

“அப்படின்னா நினைக்கிறே?” கேட்டது புலி.

“இருக்காது” என்றது மீன்.

பின் எல்லோரும் ஒரே குரலில் கத்தினார்கள்: “முதலை வாலை ஆட்டுனா, அது செத்ததுன்னு அர்த்தமாம்.” இப்படி சொல்லிட்டு மூச்சு பேச்சு இல்லாம நின்றார்கள்.

சில நொடியில், முதலை வாலை ஆட்டியது.

“ஓஓஓஓஓஓஓ!” வென்று பெருமூச்சை விட்டு ஆரவாரம் செய்தார்கள்.

பனிக்கரடி சந்தோஷத்தில் ஓஓஓஓவென்று கதறியது.

“நீ ஏன் காணாமப் போனே?” என்று கேட்டது எல்க்.

“எவ்வளவு கவலைப் பட்டோம் தெரியுமா?” என்றது காண்டாமிருகம்.

“நீ செத்துட்டேன்னு நினைச்சோம்.” இது பாம்பு.

“ஓ, அதுவா, நம்ப மேஜைக்கு வண்ணத்துப் பூச்சிகளைக் கொண்டுவரலாம்னு போனேன்” என்றது முதலை. “ஆனா, நான் நெருங்கும் போதெல்லாம் சிறகடித்துப் போயிடுச்சு. துரத்தித் துரத்தி ஓஞ்சுப் போய் அப்படியே தூங்கிப் போயிட்டேன்.”

“மக்குப் பயலே!” என்றது பனிக்கரடி.

அதற்குள் மீண்டும் தூங்கிப் போனது முதலை, வாயைப் பிளந்தவாறு.

அதன்பின், முதலையின் தாஜ்மஹால் எல்லோருடைய விருப்பமான இடமாக ஆனது, விளையாடவும், மற்றும் தங்களோடு இருப்பவர்களையும் இல்லாதவர்களையும் நினைவுகூர.

Muthalai kanneer (Tamil)

First published in India, 2008
ISBN 978-81-8146-535-1

Originally in English

Published by
Tulika Publishers, 13 Prithvi Avenue, Abhiramapuram, Chennai 600 018, India
email tulikabooks@vsnl.com *website* www.tulikabooks.com

Printed and bound at
Rathna Offset Printers, 40 Peters Road, Royapettah, Chennai 600 014, India